મારા દિલ ની વાતો

બસ દિલ ના સમજી શકે પણ શબ્દો સમજી લે છે

મિસ એચ. જાડેજા

ISBN 979-888503660-3

આ બુક લખવાની શુરુઆત ફક્ત મારી ફિલિંગ વ્યક્ત કરવા માટે કરેલી. જે લોકો love અને heart break થી relate kare છે. એ લોકો આ બુક ની કવિતા અને શાયરી થી ગણું relate કરશે.

સામગ્રી

પ્રસ્તાવના

બુક ની શુરુઆત અને અંત માં ફક્ત પક્તીઓ થી ભરેલી છે. બહુ જ શોર્ટ એન્ડ સિમ્પલ લેન્ગવેજ માં અને બહુ જ શોર્ટ માં છે આ બુક. આ બુક ને related સ્ટોરી ટૂંક જ સમગાળામાં બહાર આવશે.

સ્વીકૃતિઓ

આ બુક લખતા હું સ્વિકૃતિ આપુ છું કે આમાં લખેલ કોઈ પણ વાક્ય કે શબ્દો કોઈ સાથે કે કોઈ ના માટે નથી લખેલા. કે કોઈ પણ જાત ની કન્ટેન્ટ કોપી કરેલું પણ નથી.

1. તારી વ્યાખ્યા

તું એટલે મારી ડાયરી નું એવું પાનું,
જેને હું કદી ખોવા નથી માંગતી.
તું એટલે મારી બટરસ્કોચ નો એ છેલ્લો ભાગ,
જેને હું કદી કોઈ સાથે શેર નથી કરતી.
તું એટલે મારું એ બ્રાઉની,
જે ભલે સૌથી છેલ્લો આવ્યો પણ આખી જિંદગી નો સ્વાદ જ બદલી નાખ્યો.
અને છેલ્લે,..
તું એટલે મારી ડાયરી નું એ પાનું,
જેને હું કોઈ દિવસ માંરી જિંદગી નઈ બનાવી શકું,
તું એટલે મારું એ સપનુ,
જે કોઈ દિવસ પૂરું નઈ થઈ શકે.
અને તું એટલે મારી એ હકીકત,
જેને હું કદી સ્વીકારવા નથી માગતી, એટલે એ જ મને બેઉ તકલીફ આપે છે...
તું એટલે મારી ડાયરી નું એવું પાનું,
જેને હું કદી ખોવા નથી માંગતી.

2. તું મળ્યો!!!

આ શું થયું આજે??....
સપનાઓ ની બહુ જ સુંદર કળી મળી,
અને એ સપનાઓ માં મને તું મળ્યો.
સૌથી વધુ મજા તો ત્યારે આવી,
જ્યારે એ સપનુ તૂટ્યું અને હકીકત માં મારી આંખો ની સામે
મને તું મળ્યો.
વાદળ તો હતા જ ઘેરાયેલા પેલાથી,
પણ આજ એ ધોધમાર વરસી પડયો.
સૌથી વધુ મજા તો ત્યારે આવી,
જ્યારે એ વરસાદ માં પલડતા મને તું મળ્યો.
મારા દિલ માં તો તું પેલથી જ વસેલો હતો,
અને તારી રોજ બરોજ ની તસવીરો જોવા મળી.
સૌથી વધુ મજા તો ત્યારે આવી,
જ્યારે એ તસવીરો તારી સાથે જોવાનો મોકો મળ્યો.
રાતે ચંદ્રમા નું દેખાવું એ તો પ્રકૃતિ નો નિયમ છે,
અને આજે તો પૂનમ નો ચાંદ ચમકતા જોયો.
પણ સૌથી વધુ મજા તો ત્યારે આવી,
જ્યારે એ ચાંદ સાથે તારો ચેહરો પણ જોવા મળ્યો.
અરે આ શું થયું આજે??
જિંદગી તો ચાલી રહી હતી,
નસીબ એ જોર કર્યું તો ઘણી બધી ખુશી પણ મળી.
પણ સૌથી વધુ મજા તો ત્યારે આવી,
જ્યારે આ જિંદગી વિતાવવા તારો સાથ મળ્યો...

મિસ એચ. જાડેજા

3. જિંદગી અને મજબૂરી

સપનાઓ જ્યારે તૂટે છે ને,
ત્યારે જિંદગી આપણ ને મજબૂરી નો મતલબ સમજાવે છે.
એટલે જ જિંદગી આપણ ને મજબૂરી નો મતલબ સમજાવે, એનાથી પેહલા આપડે જિંદગી ને સફળતા નો મતલબ સમજાવી દેવો છે.

4. બેહદ

તને શું ખબર,
હું રોજ ખુદ થી કેટલું લડુ છું.
તને શું ખબર,
તારા વિના હું કેમ જીવી રહી છું.
તને સુ ખબર,
મારી આ પળ પળ કેવી રીતે ગુઝરે છે.
તને શું ખબર,
મારા માટે હજુ તું શું છે?
તને શું ખબર,
હું કોણ છું.
તને તો બસ આટલું જ ખબર છે,
હું આગળ વધી જાઊ તો તું તારી જવાબદારી માંથી મુક્ત થા,
તું તારી ભૂલ સુધારી શકે,
તને કોઈ જાત નું અફસોસ ના રહે,
બસ આટલું..

5. ખુશી

ખુશી ક્યાંથી મળશે તને,
જ્યારે તે રસ્તો જ ખોટો પસંદ કર્યો છે.
જ્યારે આ વસ્તુ સમજાઈ જાય ને,
ત્યારે એ રસ્તો બદલી દેવામાં જ મજા છે.
એક દિવસ હું પણ તારી સામે અચાનક જ આવી જઈશ
આમજ શમી સાંજ ની જેમ ,
અને તું કઇ કરી નઈ શકે ફક્ત જોઈ જ શકીશ અને હું ઢળી
જઈશ આમજ શમી સાંજ ની જેમ..
પછી ફક્ત વધશે તો એ છે અંધારું આમ જ રાત ની જેમ... ?

6. Shayari

Jo hota hai achhe kliye hota hai

Safar chal raha hai mano,
Naa aage jana hai, aur na pichhe jaa shakte hai.
Kuchh khwaishe adhuri reh gai,
To kuchh khwaishe adhuri chhor di hai.
Na hum kuchh badal shakte hai,
Aur Na hume kuchh badalna chahte hai.
Kyuki zindgi se yahi to sikha hai.
Jo hota hai achhe kliye hi hota hai...

Chha and mera rishta

Chaay and mera rishta kuchh yuh bana,
Jisko chaay nahi pasand, vo mujhe pasand.
Aur jo mujhe pasand, kya me usko pasand???
Aur agar usko me na pasand, to fir to chhay ab mujhe bhi pasand.

Thought

When you are sick,
You think more and it will affect to your illness.
Better to convert it as a opportunity.

Monsoon special

Pata hai monsoon me jo dhoop nikalti hai?
Hume dekhkar hi pata chal jata hai,
Ye rainy dhoop hai barish kabhi bhi aa shakti hai.
Kash life me aisa hi hota, Logo ko milte hi pata chal jata.
Ke ye dhoka dene vali dhoop hai, jo kabhi bhi baras shakti hai, and hum kabhi bhi bhig shakte hai.
Kyuki tab jo zukham hota hai vo zindgi bhar pichha nai chhorta .

7. જિંદગી

દરિયા ને જોવાનો બધાનો પોતાનો અલગ અલગ નઝરિયા હોય છે,
કોઈને એ એક ખૂબસૂરત નઝારો લાગે છે, તો કોઈ ને એમાં ફક્ત ખારું પાણી જ દેખાય છે.
બસ એમજ જિંદગી ને જોવાનો નઝરીયો પણ પોતાનો અલગ અલગ હોય છે.
કોઈ જિંદગી જીવી લેતા જાણે છે, તો કોઈ ને ફક્ત જિંદગી કાઢવી જ હોય છે.
આમ જોવા જઈએ તો બધા પોતાની જગ્યા એ સાચા જ હોય છે,
એટલે ક્યારેય તમારી આશાઓ કોઈ વ્યક્તિ પાસેથી તૂટે,
તો આવું સમજવું કે એને દરિયા માં ફક્ત ખારું પાણી જ દેખાય છે..

૪. તું છે.

આંખો ને બંધ કરીને,
જ્યારે હું જોઉં છું બસ તારો ચેહરો જ દેખાયો છે.
તારા ના જોવા છતાં,
તારા હોવાનો અહેસાસ હમેશા મારી સાથે હોય છે.
હવે કા તો તું હકીકત બનીને આવીજા,
અને કાતો તું આ દુનિયા ની ભીડ માં ખોવાઈ જા.
કેમ કે આ અધૂરા સપનાંઓથી,
મે મારી જિંદગી ને અસ્તવ્યસ્ત થતાં જોઈ છે.
તું નથી છતાં,
તું હર એક મોડ પર મારી સાથે જ છે,
તું નથી છતાં,
તારા હોવાનો અહેસાસ મારી સાથે જ છે.
તું નથી છતાં,
તારી હર એક વાત મને યાદ છે.
તું નથી છતાં,
આ સપનાઓ માં તું જ છે,
આ વરસાદ માં તું જ છે,
આ સવાર માં તું જ છે,
આ સાંજ માં પણ તું જ છે,
બધે તું નથી છતાં તું જ છે, બસ મારી સાથે તું નથી.

૭. યાદ છે???

યાદ છે???
સવારના પેહલા મેસેજ થી લઈને,
સાંજ ના એ છેલ્લા મેસેજ સુધી ની આપડી ચેટ.
ગુડ મર્નિંગ સ્વીટહાર્ટ થી લઈને ગુડ નાઇટ જાના સુધી ની,
આપડી એ 2 2 મિનિટ વાડી ફોન કોનવો.
સાંજે મળવા માટે પછી મળીને છૂટા ના પડવા માટે ની મારી ઝિદ,
અને છૂટા પડ્તા સમયે બાય ના કહીને "મળીએ" કેહવાનો નો તારો ભાવ.
તારા હાથે બનેલા એ ફ્રેન્ચ ફ્રાઈસ થી લઈને એ મસાલા મેગી નો સ્વાદ,
અને મારા હાથે બનેલો એ રગડો એન્ડ ફ્રેન્કી નો સ્વાદ.
બર્ગર માં ફ્રેન્ચ ફ્રાઈસ અને ચિપ્સ નાખીને ખાવાની તારી આદત,
ગુસ્સા માં સામે રાખેલું બધું જ ખાઇ જવાની મારી આદત.
અને હજુ તો ગણું બધું, એમાંથી કઇ યાદ છે તને???
તને બધું જ ભુલાઈ ગયું અને બદનસીબે મને બધું જ યાદ રહી ગયું.

10. કદાચ...

કદાચ,
તું સમજી શકે કે સબંધો ને તોડી ને કોઈ ખુશ નથી થયું.
કદાચ,
તું સમજી શકે compromise and adjust કરીને જિંદગી નથી નીકળતી.
કદાચ,
આજે તું મારા બોલ્યા વગર જ સમજી જા.
કદાચ,
આજ તું મને કંઈક એવો જવાબ આપ જે મારું દિલ ચાહે છે.
કદાચ,
તને પણ અહેસાસ થાય જેનો અહેસાસ હું મહિનાઓ થી કરું છું.
કદાચ,
તારી આ ભોળી આંખો અને શબ્દો સામે હું આજ જીતી જઉં.
કદાચ,
તને મનન ભરીને જોવાનો આ મોકો મારા પાસે હમેશા માટે કેદ થઈ જાય.
કદાચ,
તું મારો થઈ જાય અને હું તારી થઈ જાઉં.

11. વાત

એની હર એક વાત ને મજાક માં લીધી હતી,
દિલ તો ત્યારે તૂટ્યું જ્યારે એને કહ્યું,
આ બધું ફ્લો માં થયેલું હતું.
કદાચ આજ બધું જ પૂરૂં થઈ ગયું,
કદાચ આજ એ ના સમજી શક્યો,
કદાચ આજ હું બધું જ હારી ગઈ,
કદાચ જીવતા જીવ મે આજ મારવાનો ગુટડો પી લીધી,
કદાચ તું મારો કદી નહિ અને હું તારી કદી નઈ થઈ શકું.
કદાચ તું સમજી જ ન શક્યો, કે તારા વગર મને કશું જ નતું જોઈતું.
કદાચ આજ હકીકત છે, જે માંરી રૂહ ને સુકુનન નથી આપતું,
અને છેલ્લે કદાચ આ બધું જ ખોટું પડી જાય...
પણ, ગલતી શાયદ મારી જ છે.
જ્યારે તારા નિર્ણય પર વિશ્વાસ કરવાનો હતો, ત્યારે શંકા કરી લીધી.
અને જ્યારે શંકા કરવાની છે, ત્યારે ખોટો વિશ્વાસ આવી ગયો છે.

12. वक्त

मौसम भी बदलने में चार महीने लता है,
पर इंसान........
इंसान एक पल भी नही लेता बदलने में।
वक्त का थोडा इंतजार करले मेरी जान,
क्युकी वक्त इंसान से भी तेज है।
जब बदलेगा, सबकुछ बदल देगा।
आज वो तेरा है तो कल मेरा हो जाएगा।

Hum aur tum

Hum thehre emotional thakkan
Tum humesha practical sochne vale
Hum har cheez me pyar dhundhne vale
Tum har cheez me apna fayda dhundhne vale
Hum apne logo ke bareme chachne vale
Tum thehre apne bareme sochne vale
Hume dil se kaam chalane vale
Tum thehre dimag se kaam karne vale
Hum pyar and izzat dene vale
Tum thehre apne matlab se pyar dene vale
Kaha se jamegi apni ?

www.ingramcontent.com/pod-product-compliance
Ingram Content Group UK Ltd.
Pitfield, Milton Keynes, MK11 3LW, UK
UKHW021643190726
13853UKWH00001B/29

9 798885 036603